badòngthơ

cao nguyên

nhân ảnh 2023

ba dòng thơ - cao nguyên

bìa: uyên nguyên trần triết

tranh bìa: hoạ sĩ nguyên khai

photo hình tác giả: ann lt

dàn trang: đỗ huỳnh đăng ngọc

nhà xuất bản nhân ảnh

isbn: 9798868913549

C

cao nguyên rộn ràng quá
sẽ thức giấc nàng thơ. nàng thơ
còn ngủ trong thơ mưa

cúi đầu cầu nguyện thấy em không
ngẩng mặt nhìn trời thấy em không
nhắm mắt nguyện cầu thấy em không cầu nguyện

chờ mưa tới, em ngồi

chờ em đổi ý, tôi đứng ngồi

đôi khi mây trắng mưa

chiếc dù son của em

hay đem mưa đến, em biết không?

mưa màu son từng cơn

chỉ là tiếng tim em
ngủ đi anh. chỉ là tiếng tim em
tiếng tim em. tim em

có con cá đỏ nhỏ
lội ngược dòng nước lũ màu tro
trơn chiếc cầu gỗ cũ

cánh lan nhỏ nhạt vàng
bấp bênh trên thần sóng mênh mang
“em chưa hát ca dao”

có những hồn nhiên không biết how
có những bình yên không nhớ when
có những trần ai không hiểu why

cầu nguyện của viên gạch
giữa vạn viên gạch trong trường thành
có ngày thành mây bay

con ếch nhỏ loay hoay
mấy vòng tròn trong chậu nước mưa
đám mây xám sang ngang

chiếc bóng vẫn màu đen
chiếc bóng mãi màu đen
chiếc bóng chỉ màu đen

cánh cửa ở ngõ ra
cũng là cánh cửa ở ngã vô
cánh cửa những ra vô

chút vu vơ
chút ngu ngơ
chút thơ thơ

có cái gì đó hay
hay! cô ấy có cái gì đó!
cái gì đó... hay hay!

cô tóc ngắn đi qua
cũng cô ấy tóc dài đi qua
tôi ngồi đây có lâu?

chim đang bay bay. mây
đang mưa mưa. em thương chim bay
trong mưa. anh bay bay

con nhền nhện tám chân
đan chiếc mạng bát quái mới tinh
chuồn chuồn bốn cánh bay

con đường đang cong cong
bóng em bóng mình đang song song
ve sầu ve ve ve

con bò lim dim ốm
nhai đi nhai lại cỏ da cam
bún huế được mấy tô

cháu mới rớt một răng
ông thì vừa để mất bộ răng
"bà cười sau tay áo"

con ếch ra khỏi giếng
gió bay muôn hướng trời vuông vức
con ếch nhảy vào giếng

a

anh ơi tuyết đang rơi
rơi. rơi. rơi. rơi. tuyết rơi. rơi
nơi anh có tuyết rơi?

an apple a day
keeps the doctor away. thôi
ăn apple. em ôi!

b

buồn cam màu lá

buồn cong màu lá

buồn quên màu lá

bệnh xá hành lang
ma cũ ngồi
ma mới lang thang

bà lão đội mây xám
đám mây mỗi mơ ước
ướt mưa trên mái tóc

g

google chữ “mình”
thấy
có em và có anh

gió mùa xuân màu xanh
gió mùa đông màu đen
gió mùa thu màu em

gã da vàng ướt dầm
nước người nặng rơi trên đất người
tìm mưa... gã vào mơ

giấy bảo bút: viết chi
những câu thơ không may. bút bỏ
đi. giấy còn trắng đây

gã vội vã trong mây
mây trước ướt mây sau
mây cao ướt mây xa

giữa hai con lăn đá
những dép giày ngay ngắn có đôi
chiếc dép đứt lóc lăn

gã chớp chớp chớp mắt
xem quạt trần quay quay quay quay
bánh luân hồi thôi quay

đ

đêm nay lại vẽ em
bức tranh màu xám, xám và xám
anh chỉ còn đen trắng

đáng lẽ không lạc loài

đáng lẽ không ngậm ngùi

đáng lẽ không tầm thường

đêm hè nóng mây cam
vàng trăng vằng vặc dõi dáng nhỏ
yếm đỏ mồ hôi loang

đêm đây hay quên ngủ
đêm bển ấy có ngủ hay quên?
đêm đêm đếm đêm. đêm!

đêm không trăng sao

chiếc lá không màu

hôn môi không hồn

đêm đang đêm đang đêm đang đêm
em đang em đang em đang em
mưa đang mưa đang mưa đang mưa

đông đêm dài

lưng em dài

tóc em không dài

đường phố lạ và đường phố người
đường phố dài và đường phố tối
khi tôi đi lại đường phố tôi

đêm noël vô cùng
ông lão với bộ râu trắng phau
phòng 6c không còn

e

em như bức tranh

treo trên

vách đời anh

em bối tóc lên
cho
vai tôi lạnh buốt

em không muốn em là

nàng thơ. em chỉ muốn em là

bài thơ. phải hay nha!

em vẫn là em những bình yên
em vẫn là em những đầu tiên
em vẫn là em những triền miên

em niệm phật

tôi niệm phật

tội nghiệp phật

em nhìn anh
anh nhìn mưa
mưa nhìn em

em lạnh lùng
gương lạnh lùng
em lạnh lùng

em nhạt nhòa

tôi lạc loài

mưa giọt dài

em thật tình

anh thật tình

mưa giật mình

em thật xa
anh thật gần
cuộc tình trần

em tôi đội nón cam
trong đám đông này có em tôi
xa dần cái nón cam

I

lại là mớ hỗn độn
của những nghĩ suy dang dở dang
quanh quẩn quanh. ngang ngổn ngang

lóe lên: mắt em khép
lóe sáng lên: đôi môi mở hé
que diêm cuối lóe lên:

ly trà tan đá

trống trải

như lời xin lỗi

lá đang rơi một mình
mây đang trôi một mình
thu đang thu một mình

h

hỏi trưa có nhớ em không?

hỏi mưa có nhớ em không?

hỏi thương có nhớ em không?

hoa văn hằn vết đau
cưu mang trên trống lời ngàn xưa
em thầm thì nỉ non

hai giờ sáng

ở cali

có hai người không ngủ

hẹn nhau ở cuối trời
nơi cầu vồng chàm tím lục lam
đợi. anh đã cuối đời

hôm qua trời chưa sáng
hôm nay trời chưa sáng
hôm mai trời chưa sáng

hôm nay mưa

hôm ấy mưa

mưa hôm ấy

hỏi thôi có nhớ em không?

hỏi chưa có nhớ em không?

hỏi quên có nhớ em không?

O

ở khoảng trống
giữa sân si
ngồi một tí

ô xinh xinh

em xinh xinh

mưa lung linh

ôi chiếc gương may mắn
được ngắm nàng sáng tối chiều trưa
ôi chiếc gương đáng ghét

ở vở tuồng buồn tênh

người ta chỉ cho tôi vai phụ

vở tuồng chuyện đời tôi

m

mệt tôi cuộc đời này
mệt con tim đỏ cứ lang thang
mệt em tội nghiệp tôi

mưa ngừng rơi
mây đầy vơi
em: mình ơi!

mưa mùa thu

đang ngồi đây

tôi vàng cam

mưa ngọt ngào
em mặn mà
tôi thật thà

mưa đang mây
mây đang mưa
đang mây mưa

mây đầy. đêm mất trăng
hoa quỳnh xam xám lá quỳnh đen
khép mắt: quỳnh trăng trắng

mắt với môi
có thế thôi
cứ thế thôi

mưa rơi rơi
rơi rơi mưa
rơi mưa rơi

mưa đến mưa đi: còn
lại ướt mưa. em đến em đi:
còn lại những đến đi

mãi úp mặt vào tường
mãi không xong không phấn không son
mãi mặt sau bức tranh

mây cali không biết mưa
lá cali không biết rơi
trời cali không biết ơi

mười giờ sáng
còn chờ sáng
chừng nào sáng?

mưa đang mưa một mình
mưa đang mưa lạ trời
mưa xa anh thật rồi

n

nhắm mắt tự vẽ mình
vẽ môi vẽ mắt vẽ đôi tai
vẽ mình đang mở mắt

nửa trăng em treo trả
quên câu thơ cũ tình siêu thoát
bỏ túi nửa trăng tôi

nhà thương chiều: dổi ca
nhân viên cười nói chào vào ra
trong góc: thiếu phụ khóc

ngồi chờ đến một lần
ngồi chờ đến một ngày
ngồi chờ đến được ngồi

nắng vỡ sa số mảnh
khi rớt lên mặt cát miên man
cánh buồm trắng hồn nhiên

r

rồi em trả lại tôi
hết những cái buồn không có tên
sắp xếp kỷ niệm tôi

S

sao lang thang cõi thơ?
để tìm em! làm gì anh hỡi?
quên mất rồi em ơi!

sương. nhớ anh thì thầm:
sương là mưa con gái. em thở:
sương là mưa mắc cỡ

santa gió ana
tung bay chăn mỏng cong cây bưởi
a-p ơi a-p

sáng chiều

yêu nhiều

đến hết nhau

sao loay hoay vô thường?
để tìm nhau! làm chi anh hỡi?
để được đau em ơi!

t

tiếng tụng kinh đều đều
cùng tiếng mõ ra đến mái hiên
mỏ chim: cánh bướm nghiêng

thiếu nữ đẩy bà cụ

gập ghềnh lên dốc xe lăn cũ

texting trên smartphone

tiếng lặng im thật lâu
tiếng lặng im thật lâu
tiếng lặng im thật lâu

trống đồng từ ngàn xưa
xăm mình hoa văn vạn vết thương
em đã cho quê hương

tại anh

em có những vết nhăn

trên môi trên trán trong mông lung

tờ lịch báo mùa thu
thu không biết là thu
thu không muốn là thu

thơ ngắn
chỉ vì cái nhìn của em
thật ngắn

trưa nay không mây

cũng không em

ơi em. ơi mây. ơi trưa ơi

thu sang. chiếc cành nhỏ
phơi lá đỏ. con chim nhỏ nhẹ
rơi lên chiếc cành nhỏ

trên xa lộ xe nhiều

em ra / vô lane. tăng tốc. stop

xa lộ vẫn xe nhiều

tình yêu mình nhanh quá
thơ anh theo không kịp em ơi
sét đánh! mưa nhanh rơi

toàn là thứ bảy cả tuần nay
toàn dáng em mây sáng trời này
toàn là nhạc trịnh trái tim play

trăng hết tròn

mây hết hờn

em vẫn còn

thằng nhỏ theo mây trắng
đang bay đến hướng nắng
sẽ mưa giọt mưa trắng

trăng rằm để làm gì
không còn nàng nhìn ra cửa sổ
ánh trăng ướt lạnh tay

tội môi mất nụ cười
tội đôi mắt ốm không nhìn lên
tội nhau đoạn đời này

tối ngày
em hoài
đến hết tôi

thằng nhỏ
phóng sanh
cho bong bóng xanh

trái chín trên cành cao
trái chín rơi rụng rơi
trái chín xa tầm tay

trăng vàng vọt trong mây
hai con tàu ngược lối trong đêm
chuyến nào là tôi / em?

từ đâu em đến

từ đây em đi

từ bi em quên

tuyết bay sáng góc
chiều đông ấy
nằm nghiêng nhớ

tranh trắng trên tường trắng
mèo trắng cuộn mình trắng
ngoài trời trắng tuyết trắng

y

yêu em thật nhiều

yêu em thật tình

yêu em tình cờ

V

vượt biên giới đời
vượt biên giới đạo
vô biên: một mình

X

xe dừng ngã tư quen
cái gạt nước lặp đi lặp lại
mưa xưa ướt trưa nay

xuân đến. chiếc cành nhỏ
ra hoa đỏ. con chim nhỏ không
nhận ra chiếc cành nhỏ

nhân ảnh

2023

liên lạc tác giả:

nluutrong@gmail.com

liên lạc nhà xuất bản nhân ảnh:

email: han.le3359@gmail.com

(408) 722-5626